A Long Journey

by Diep Nguyen and

Nury Castillo Crawford

Illustrated by Diep Nguyen

Translated in Vietnamese

PUBLISHING

ISBN: 978-0-9993978-6-2

www.1010Publishing.com

For information about permission to reproduce selections from this book, email 1010PublishingUS@gmail.com, subject line, "Permission".

Dedication

This bilingual book is dedicated to all of those who sacrificed their lives to ensure their children and loved ones had a better chance at a better future. To all of those immigrants who give up the little they have and to many of them, all they had for the American dream.— Nury

I am deeply thankful for my sisters, Vinh (Wendy), Cuu (Maria)

My brother, Hien (John), my sister-in-law, Hoa, who looked after

me along my journey to the U.S.A. I am also thankful for my wife, Lan,

my son, Donnie, & my daughter, Deanna.

Thanks to my 90 year-old mother & father and all my family & in-laws

both in Boston and in Georgia. Thanks to the Vietnamese-American people

in Georgia, especially at Holy Vietnamese Martyrs Catholic Church. — Diep

Foreword

This bilingual children's book is an amazing representation of the Vietnamese people who left their homeland in search of a safer land, one with more opportunities for survival and growth. Many gave up everything, including their lives and the lives of their close family members.

Another great resource not only for schools implementing and growing their culturally responsive literary library but also for parents. Children should have access to resources that reflect the world around them. I love the story of perseverance and hope. A great book to support what we tell children, to believe in themselves and to never give up. This book shares the love of a family and triumph amidst scary times for a little boy.

Introduction

I came to the United States of America at around the age of 5. My older sister, Vinh (Wendy), my older brother, Hien (John), my sister-in-law, Hoa, my sister, Cuu, (Maria) all played an important and valuable role in the process of my journey. This book was written to inspire me, as well as others, to tell the story of coming to another country.

Even though the stories are familiar, each and every one of us carry our own uniqueness, our own experiences, to a new country. We struggled. We had our fears and doubts, our own trials and tribulations, yet we carry hope to overcome, so that we can accomplish what we are called to do in our lives.

This book reveals the struggle of a young boy and his siblings through the escape from Vietnam, traveling distances in water via a small fishing vessel to a refugee camp in Malaysia. From there, they await their destiny, in hopes of coming to America. Upon arrival to a new country, they experience cultural shock and language barriers. They had to face challenges and made adaptations. They had to learn a new language and a new way of life. I hope you well on your journey.——- Diep

Darkness filled the sky. Hiep was so scared but he couldn't let his sisters and brother leave him behind. The other two times they had all tried to escape Saigon, Vietnam they had been caught. This time it would work, he could just feel it. It had to work. The war ended in 1975, but it had left people so poor, so desperate. Hiep could hardly see his hands in front of him; thank goodness, the moon shared some of its light tonight so he didn't trip on his own feet. Everyone he knew was trying to leave Vietnam. Communism is hardest on the poor. His family was poor.

Bóng tối lấp đầy bầu trời. Hiệp rất sợ nhưng không thể để cho các chị em bỏ Hiệp lại. Hai lần khác Hiệp đã cố gắng thoát khỏi Sài Gòn, Việt Nam nhưng đã bị bắt. Lần này mình sẽ hoạt động, Hiệp nghĩ như thế. Hiệp đã hoạt động. Cuộc chiến tranh kết thúc vào năm 1975, nhưng đã khiến mọi người trở nên nghèo khổ, tuyệt vọng đến vậy. Hiệp không có thể nhìn thấy bàn tay của mình trước mặt; cảm ơn ông Trời, mặt trăng đã chia sẻ một số ánh sáng trong đêm nay để Hiệp không vấp vào trên đôi chân của mình. Mọi người mà Hiệp biết đến đều đang cố gắng rời khỏi Việt Nam. Cộng sản làm cho cuộc sống của người nghèo càng thêm khó khăn hơn. Gia đình Hiệp thì nghèo.

Finally the wagon came. It was already filled to brim. How would they fit? Hiep prayed they wouldn't leave him behind. Yes, he was a five year about two feet tall, but he had dreams too. He wanted to go to America. He had heard how dreams come true in America. That's where he belonged, not in Vietnam. There were soldiers everywhere. Hiep and his sister couldn't walk to the market without seeing them. They had guns. They looked scary. Hiep's sister, Chi, said there wasn't enough money to buy food. Most days they were hungry. Hiep wanted something better.

Cuối cùng chiếc xe bò đến. Nhiều người đã lấp đầy xe bò. Làm thế nào họ sẽ có thể ngồi vào vừa? Hiệp cầu nguyện và mong họ sẽ không bỏ anh ta ở lại. Phải, chiều cao anh ta khoảng nữa mét, nhưng anh cũng có những giấc mơ. Anh ấy muốn đến nước Mỹ. Anh đã nghe thấy giấc mơ trở thành hiện thực ở nước Mỹ như thế nào. Nước Mỹ là nơi anh ta muốn sống, chứ không phải ở Việt Nam. Có binh lính ở mọi nơi. Hiệp và chị gái không thể đi chợ mà không nhìn thấy chúng. Họ có súng. Họ trông đáng sợ. Chị gái của Hiệp, Chi, nói rằng là không có đủ tiền để mua thức ăn. Hầu hết hàng ngày họ bị đói ăn. Hiệp ước ao cái gì tốt hơn.

The ride on the wagon was crowded and it smelled bad the entire time. Mostly it was just silent. Hiep was afraid to even breathe loudly. He tried to get a good look at people's faces but they all looked the same…sad. He shut his eyes and told himself, "You are brave. You are a big boy." Now if he could just believe it.

As Hiep was with his thoughts, he felt the jolt as the wagon finally stopped. Everyone was ordered to get out. He could see the boat. This was the farthest he and his sisters had ever gotten. It looked so small, even for him. How would they all fit in there? As they boarded the boat, everyone was directed to the bottom of the boat. This was just the beginning.

Chuyến đi trên xe bò đã đông đúc và nó có mùi nồng nặc trong suốt thời gian đó. Chủ yếu là Hiệp chỉ cố gắng mà im lặng. Hiệp sợ đến nỗi không giám thở to. Anh cố nhìn vào khuôn mặt của mọi người, nhưng tất cả đều trông giống nhau… buồn. Anh nhắm mắt và tự nhủ: "Hiệp dũng cảm, con là một cậu bé lớn. "Bây giờ nếu Hiệp có thể tin điều đó.

Khi Hiệp đang suy nghĩ, anh cảm thấy sự rung lắc khi chiếc xe cuối cùng dừng lại. Mọi người được bước xuống ra ngoài. Anh ta có thể thấy chiếc thuyền. Chiếc thuyền xa nhất mà anh và các chị em của Hiệp đã từng nhận được. Nó trông rất nhỏ, ngay cả đối với anh ta. Làm thế nào tất cả họ có thể ngồi vào trong đó? Khi họ lên thuyền, mọi người đều được dẫn xuống đáy thuyền. Đây mới chỉ là khởi đầu.

The first night on the fishing, boat was tough, but Hiep didn't know that it would only get harder from that point on. He already missed his mom and dad. Did they even know he was gone? Would they miss him? Would they be worried about him? The first part of this journey took about two weeks. There was no food or water. There were so many people on the fishing boat. They were packed like sardines. Pirates found them. They did bad things to the women. They stole what little food or things they had. Some people even died. Hiep wondered if this is how he would die. His oldest sister, Linh, reassured him it wasn't. He had never had such a bad stomach ache. He was so hungry. The old women prayed with their rosaries. There was a lot of crying, including Hiep. He cried a lot too.

Đêm đầu tiên trên thuyền vượt biển, mọi sự rất khó khăn, nhưng Hiệp không biết rằng sẽ khó khăn hơn từ thời điểm đó. Hiệp đã bỏ lỡ và nhớ cha và mẹ của mình. Thậm chí không biết là ba má của Hiệp có biết anh ta đã biến mất chưa? Họ có nhớ anh ta không? Họ có lo lắng cho anh ta không? Phần đầu tiên của cuộc hành trình này mất khoảng hai tuần. Không có thức ăn hoặc nước uống. Có rất nhiều người trên chiếc thuyền đánh cá vượt biển. Chúng được đóng gói như cá mòi. Tàu hải tặc cướp biển tìm thấy chúng. Họ đã làm những điều xấu với phụ nữ. Họ lấy trộm thức ăn hay thứ gì chúng tôi có. Một số người thậm chí đã chết. Hiệp tự hỏi liệu đây có phải là cách anh sẽ chết. Chị hai của anh, Linh, đã trấn an anh rằng nó không phải. Anh chưa bao giờ có một cơn đau bụng như vậy. Anh rất đói. Những người phụ nữ lớn tuổi đã cầu nguyện với chuỗi tràng hạt của họ. Có rất nhiều tiếng khóc, trong đó có Hiệp. Anh ấy cũng khóc rất nhiều.

Many moons later, they arrive in Pulau Bidong Refugee Camp, Malaysia. At the refugee camp , they were given a tent to stay and there Hiep hears many rumors. People are saying that Americans will help them. The goal is to get to the America. Hiep closes his eyes and dreams of a beautiful home, with lots of food, and peace. Yes! That's what he wants most, peace. After a few days, Linh tells Hiep that they will be leaving the Philippines and will be heading to a place called Iowa. That night Hiep could not sleep. There were so many thoughts going through his head. He and his sisters would be in America, after all.

bao nhiêu tuần trăng đã trôi qua, họ đến trại tị nạn Pulau Bidong, Malaysia. Tại trại tị nạn, họ được cho một cái lều để ở lại và ở đó Hiệp nghe nhiều tin đồn. Mọi người đang nói và đồn rằng, người Mỹ sẽ giúp họ. Mục đích là để đi đến Mỹ. Hiệp nhắm mắt lại và mơ về một ngôi nhà xinh xắn, với rất nhiều thức ăn và hòa bình. Vâng! điều mà anh ta muốn nhất đó làhòa bình. Sau một vài ngày, chị Linh nói với Hiệp rằng họ sẽ rời Philippines và sẽ đến một nơi được gọi là Iowa. Đêm đó Hiệp không thể ngủ được. Có rất nhiều suy nghĩ đang lướt qua đầu anh. Anh và các chị em của anh sẽ được đi đến nước Mỹ

They board a bus and then a plane. It is a new experience for Hiep. He has never been on a bus and an airplane before. He is a little scared but very excited. As they land, Hiep looks out of the window. The lights are beautiful. It is so bright. This is definitely something he has never seen. A family welcomes him and his sisters. They look very different but they are nice. Iowa is also very different than home. It is peaceful and beautiful, but Hiep still misses home and his parents. It won't be until Hiep is in high school when he sees his mom.

Họ lên xe buýt rồi lên máy bay. Đó là một trải nghiệm mới cho Hiệp. Anh chưa bao giờ lên xe buýt và máy bay trước đây. Anh thấy hơi sợ nhưng rất vui mừng. Khi máy bay hạ cánh, Hiệp nhìn ra ngoài cửa sổ, ánh sáng thật đẹp, nó ó rất sáng. Đây chắc chắn là điều mà anh chưa từng thấy. Một gia đình chào đón anh và chị em của anh . Họ trông rất khác nhưng cũng rất đẹp. Iowa cũng rất khác với quê nhà, đây là nơi rất thanh bình và xinh đẹp, nhưng Hiệp vẫn nhớ nhà và cha mẹ của mình. Nó sẽ không được cho đến khi Nam là ở trường trung học khi anh nhìn thấy mẹ của mình.

For an entire year Hiep and his two sisters, Linh and Phuong, and his brother, Bao lived with a foster family. They had indoor bathrooms, running water, electricity, heating and air conditioning. The weather is very different in Iowa than it is in Vietnam. It snows in Iowa and even though it does snow on the mountaintops in Vietnam, it is rare to see it. Hiep had never seen snow until he spent winter in Iowa. The temperature in Vietnam is mostly humid and hot. Not everyone in Vietnam has electricity, even now. So being able to turn the lights on and off in the house was very fun for Hiep.

One of the best things about living in America was the food market. All Hiep could see was endless rows of food. How could anyone run out of food here? He had never seen so much food in his entire life.

Suốt cả một năm Hiệp và hai chị em, Linh và Phương, và anh trai của anh, Bảo sống với gia đình nuôi dưỡng. Họ có phòng tắm trong nhà, nước, điện, sưởi ấm và máy lạnh. Thời tiết ở Iowa rất khác so với ở Việt Nam. Ở Iowa có tuyết và mặc dù tuyết rơi trên đỉnh núi ở Việt Nam, hiếm khi thấy tuyết. Hiệp chưa bao giờ thấy tuyết cho đến khi anh ta trải qua mùa đông ở Iowa. Thời tiết ở Việt Nam chủ yếu là ẩm ướt và nóng. Không phải ai ở Việt Nam đều có điện, kể cả bây giờ. Vì vậy, có thể bật đèn và tắt trong nhà rất vui cho Hiệp.

Một trong những điều tốt nhất về cuộc sống ở Mỹ là thị trường thực phẩm. Hiệp có thể thấy tất cả như là những hàng thức ăn bất tận. Làm thế nào có thể bất cứ ai chạy ra khỏi thực phẩm ở đây? Anh chưa bao giờ thấy quá nhiều thức ăn trong suốt cuộc đời mình.

School in Iowa was very different. Hiep did not know any English. The teachers were nice. There were other kids there from Vietnam. Hiep could talk to them. Their families were escaping communism too, just like Hiep. There was a lot to learn. Hiep was excited about learning but also scared. Did the teacher know he was smart? He would be his best and show her how smart he really was. The woman who they lived with was kind. She helped Hiep after school with this homework.

Trường học ở Iowa rất khác biệt. Hiệp không biết nói tiếng Anh như thế nào. Các giáo viên rất tử tế và nhiệt tình. Có những đứa trẻ khác ở Việt Nam. Hiệp có thể nói chuyện với các bạn ấy. Gia đình họ cũng thoát khỏi chủ nghĩa cộng sản, giống như Hiệp. Có rất nhiều thứ để học. Hiệp rất vui mừng về việc học nhưng cũng sợ hãi. Giáo viên có biết anh ta thông minh không? Anh ấy sẽ là người tốt nhất của mình và cho cô ấy biết anh ấy thực sự thông minh đến mức nào. Người phụ nữ họ sống chung rất là tốt bụng. Cô đã giúp Hiệp sau giờ học với bài tập.

After a year, Hiep and his sisters and brother moved to Boston, where his sister and her husband found a place to live. Boston was a lot scarier than Iowa. Someone broke into the house. Hiep was terrified and wanted to sleep near his sister for days. He wished they could all just move back to Iowa. He was still so young. He couldn't make those decisions for himself. He hated to hear all of the loud noises at night. He had gotten used to the quiet life in the Midwest.

Sau một năm, Hiệp và chị em cùng anh trai dọn về Boston, nơi chị gái và chồng của chị tìm thấy một nơi để sinh sống. Boston đáng sợ nhiều hơn so với Iowa. Ai đó đột nhập vào nhà. Hiệp sợ hãi và muốn ngủ gần em gái mình trong nhiều ngày. Anh ước gì họ có thể quay lại Iowa. Anh vẫn còn quá trẻ. Anh không thể tự mình đưa ra quyết định đó. Anh ghét phải nghe tất cả tiếng ồn lớn vào ban đêm. Anh đã quen với cuộc sống yên tĩnh ở vùng Trung Tây.

School was different in Boston too. He didn't see as many people from Vietnam or Laos there. The other kids were very curious about Hiep. They asked lots of question, like why didn't he like pizza. Hiep wondered why they all loved pizza so much too. The cheese was so thick and he had never seen pizza before. In Vietnam, there was no pizza. Hiep likes the English class. The teacher pulled him out of class and she would spend time helping him learn how read and understand English. Hiep soon realized that the other kids really liked his drawings. Hiep loved to draw. He knew that if he drew something new, it would mean the kids would come and talk to him. He usually met a new friend that way.

Yet, all in all Hiep was thankful to be in America. Through everything he had endured, he realized this had been a long journey to safety.

Trường học cũng khác ở Boston. Anh ta không thấy nhiều người Việt Nam hay Lào ở đó. Những đứa trẻ khác rất tò mò về Hiệp. Những bạn ấy hỏi rất nhiều câu hỏi, như tại sao anh không thích pizza. Hiệp tự hỏi tại sao tất cả họ đều thích pizza quá nhiều. Pho mát quá dày và anh chưa từng thấy pizza trước đây. Ở Việt Nam, không có pizza. Hiệp thích lớp học tiếng Anh. Giáo viên kéo anh ra khỏi lớp và cô sẽ dành thời gian giúp anh học cách đọc và hiểu tiếng Anh. Hiệp sớm nhận ra rằng những đứa trẻ khác thực sự thích bản vẽ của mình. Hiệp thích vẽ. Anh biết rằng nếu anh vẽ một cái gì đó mới, nó sẽ có nghĩa là những đứa trẻ sẽ đến và nói chuyện với anh ta. Anh ấy thường gặp một người bạn mới theo cách đó.

Nói tóm lại, Hiệp biết cảm ơn, đã được đến nước Mỹ. Qua bao nhiêu thử thách, anh ta đã cảm nhận ra là mình đã trải qua một cuộc hành trình đến nơi an toàn.

The Background Story

The Boat People of Vietnam is a time in history that most Vietnamese people recognize as the worst suffering in Vietnam. The Vietnam War was 1955-1975, but the worst of it was between 1965- 1975. After the war ended most would think that life in Vietnam would get better, but it didn't.
The Vietnam people suffered until almost 1979. When people talk about the 'Boat People' they're not only refering to the refugees who fled Vietnam but also to the people of Cambodia and Laos who did the same. The 'Vietnamese Boat People' describes Vietnamese from the South who fled the new Communist government and also the North Vietnam who had an ethnic Chinese background fled to Hong Kong at the same time. They were afraid the government would harm them because of their original background.

It has been estimated that 65,000 Vietnamese were executed after the end of the war with 1 million being sent to prison/re-education camps where an estimated 165,000 died. You couldn't take an airplane out of Vietnam, so many made boats out of what they could and escaped. Fishing boats could not be used in open waters. Overall, the whole situation was very dangerous.
The makeshift boats were overcrowded and not safe.

No one really knows how many people escaped or tried to escape. Some estimate the number as high as 1.5 million and up to 200,000 people died! Can you guess how most people died? Drowned. Some of the refugees who survived were attacked by pirates and murdered or sold into slavery and prostitution. Malaya and other countries turned the boat people away even if they did manage to land. Many of these refugees ended up settling in the United States and Europe. The United States accepted 823,000 refugees.

Contributors

A huge thank you to Diep's lovely wife and kids, who had to give up family time while the project was underway. Thanks to the family members who had to read it in Vietnamese multiple times to make sure it was done correctly. We would like to formally express our gratitude to the UGA Vietnamese Student Association, UGA VSA is an organization for those who are interested in the Vietnamese culture to come together.In addition to Victoria Huynh, Vice President at the Center for Pan Asian community services.

About the Authors

DIEP NGUYEN

Diep Nguyen

"You have an interesting life. Tell us more about who you are!"

Well, I have been called many times, a "Renaissance Man." Yet, from what I see, I'm a "Jack-of-many-trades, but a master of none." All kidding aside, my name is Diep Nguyen; I go by "Depp, as in Johnny Depp, and my last name is pronounced: "Gwen" or "When." I came to the United States of America in the early 80's as a refugee. My sisters and brother and I left Vietnam by boat, (the boatpeople), to escape the communist rule and to seek freedom in America. So at the time, I was around 4-5 years old. I do not have a lot of recollection, but my sister, Vinh, would tell me these stories as I grew older; yet, every time I step feet on a boat or ship, it would take me back to time I escaped Vietnam.

I am the youngest of 8 in my family. I never really met my mother and father until I was a sophomore in high school. I came to the United States with my sisters and brother and they took care of me. My parents stayed behind in Vietnam, until we were able to sponsor them to the USA.

To fast forward a little, art and music have been my two passions. I love to create art and do creative things. I love to sing as well. You can say that I can express myself better that way through art and music! That was exactly how I made friends in elementary school and learned to communicate. Yes, my friends saw that I could draw so they asked me to draw pictures of super-heroes, and robots, and various things!

I am the first in my family to attend college and I graduated Wheelock College with a Visual Arts major and a Masters in Early Childhood Education. Now that Wheelock College is no longer in existence, Boston University has taken over and had a merger. So I have now a BU alum!

Currently, I teach kindergarten in Gwinnett County Public Schools. I love the students because they are so honest and I get motivated by their energy and enthusiasm. I am married to my wife, Lan. She's a hair-stylist! And I get my free haircut from her! We have 2 children: Donnie, who will be 3, and Deanna who will be 2 in May. I have always wanted to be an illustrator and author, so this is my beginning, of another chapter, in my life. It's a diving board, and who knows where I'll be making my splash! Thanks to Nury Crawford for collaborating with me and providing me with an opportunity to have my story portrayed.

NURY CASTILLO CRAWFORD

Nury Castillo Crawford is currently a Director of Academic Support for Gwinnett County Public Schools, the President of the Georgia Association of Latino Administrators and Superintendents, a published author, and the CEO / Founder of 1010 Publishing.

As a Director of Academic Support, Nury has launched the school district's first ever Hispanic Mentoring Priority. She helps connect individual adult mentors with students to support in helping each of them see beyond their current situation and to achieve their full potential.

Being the President of GALAS, Georgia Association of Latino Administrators and Superintendents, means she supports, advocates and lead in securing professional development for educators who work with and teach Latino students. Her published literary works include a bilingual children's book published in December 2017 titled "3,585 Miles to be an American Girl" a story inspired by her personal journey to the USA as a ten year old girl. Her second book, available in both English and Spanish, "Plant the Seeds Well… Expect Wonders" is what she calls a parent empowerment book. Released this year, it sold over a thousand copies in the first two weeks. The book is filled with strategies to support parents.

Nury is considers herself a life-long learner and attributes much of her success, drive and passion to her parents, who like her emigrated to the USA with minimal knowledge of the culture and language. Nury knows first hand the challenges and barriers that can at times impede progress within her community and is dedicated to being a voice for those who many times are not heard. Nury believes literacy and education are the key variables in moving the Latino emerging community forward. She has three sons, two of which are currently in college and one who graduated from UGA two years ago.

Nury's educational background includes a Bachelor's degree in Elementary Education and a Masters degree in Educational Leadership. She is certified in ESOL and Gifted Education. She has served in various roles in public education, including classroom teacher, parent coordinator for Title I Federal Programs, and local school administrator. She earned both of her degrees from Florida A&M University in Tallahassee, FL.

In addition to her love for education and helping others see their full potential, Nury loves to travel and support aspiring authors publish their literary works in a bilingual format via her company 1010 Publishing. Nury is a huge advocate of the importance of culture and language.

Appendix

History Learning Site, "Vietnamese Boat People"

https://www.historylearningsite.co.uk/vietnam-war/vietnamese-boat-people/

Made in the USA
Middletown, DE
20 December 2020